Date

Date _ _ _ _ _ _ _ _ _

Date _____

Date

5

Date

Date _ _ _ _ _ _ _ _

Date _____

Date _ _ _ _ _ _ _ _ _ _

Date

Date

11

Date _ _ _ _ _ _ _ _ _

Date

Date

Date _ _ _ _ _ _ _ _ _ _

Date _____

Date _____

17

Date _____

Date _ _ _ _ _ _ _ _ _ _

Date _ _ _ _ _ _ _ _ _

Date _____

21

Date _ _ _ _ _ _ _ _ _ _ _

Date _____

23

Date _____

Date _ _ _ _ _ _ _ _ _

Date _____

26

Date _ _ _ _ _ _ _ _ _

Date _____

Date _____

29

Date _____

30

Date

Date _____

Date

Date _____

34

Date _____

Date _____

36

Date _ _ _ _ _ _ _ _ _ _

Date _____

38

Date _____

Date _____

40

Date

Date

Date

Date _ _ _ _ _ _ _ _ _

Date _____

Date _____

Date _____

Date _____

Date _ _ _ _ _ _ _ _ _

Date _____

Date _____

Date _____

Date _____

Date _____

Date _____

55

Date _ _ _ _ _ _ _ _ _

Date ----------

Date ....

Date _____

Date _____

60

Date

Date _____

Date _____

Date _____

Date _____

Date _ _ _ _ _ _ _ _

Date _____

67

Date _____

Date _____

Date _ _ _ _ _ _ _ _ _

Date _____

Date ＿＿＿＿＿＿＿＿

Date _ _ _ _ _ _ _ _ _

Date _____

74

Date _____

Date ⁣_____

Date _____

Date _____

Date

Date

Date _ _ _ _ _ _ _ _ _ _ _

Date _____

Date _____

83

Date _____

Date _____

Date _ _ _ _ _ _ _ _

Date ~~~~~~~~~~~

Date ˍˍˍˍˍˍˍ

Date _____

Date _____

Date

Date _ _ _ _ _ _ _ _ _ _

Date ~~~~~~~~~~~~~~~~~~

Date _____

94

Date _ _ _ _ _ _ _ _ _ _ _ _

Date _____

Date

Date _____

Date _____

Date _ _ _ _ _ _ _ _

Made in the USA
Columbia, SC
23 January 2020